அச்சம் தவிர்

மு. மாரிச்செல்வி

புக் பெஞ்சர்ஸ்

அச்சம் தவிர்
ஆசிரியர் © மு. மாரிச்செல்வி

முதற்பதிப்பு 2021
பக்கங்கள் 72

Published by Book Benchers 2021

ISBN 978-93-5533-273-8

ThebookBenchers@gmail.com
Contact 9944992571

Affliateded By
Aelay Publish
www.aelaypublish.com

"உங்கள் எழுத்துக்கள் உலகத்துடன் பேசட்டும்"

என் பேச்சிலும் மூச்சிலும் உடலிலும் உயிரிலும் கலந்துக் கொண்டிருக்கும் என் தமிழுக்கு முதல் வணக்கம்.

தற்கொலையால் தரணியில் வாழ்வை முடிக்கிறவனையும் குழம்பிப் போய் குடுவையில் கிடக்கிறவனையும் முயற்சிக்கு முட்டுக்கட்டு போடுகிறவனும் வாழ்ந்துக்கொண்டிருக்க…. இவர்களைப் போன்ற இலட்சியம் இழந்த இனங்களை கூர்மையாக்க நம் 43 கவிஞர்கள் இணைந்து கட்டிய நம்பிக்கை மேடை இது!
அச்சம் தவிர்

எல்லாம் புகழும் இறைவன் ஒருவனுக்கே

தொகுப்பாளர்

மு. மாரிச்செல்வி
சாராள் தக்கர் கல்லூரி, பெருமாள்புரம்.

இவர் மாரிச்செல்வி திருநெல்வேலி, பெருமாள்புரம் சாராள் தக்கர் கல்லூரியில் இளங்கலை பயின்று வருகிறார். கவிதையாழினி என்பது இவர் புனைப் பெயராகும். வளரும் கவிஞரான இவர் தன் வார்த்தைகளால் அச்சம் தவிர்த்து வாழ்வதனை எடுத்துக்காட்டுவதில் ஆர்வமுள்ளவர்.

இந்நூலின் தொகுப்பாளர் ஆகிய இவர் இந்நூலில், உலகில் அனைவருமே முன்னேற வேண்டும் என்றுதான் ஓடிக்கொண்டிருக்கிறோம். நாம் அன்றாட வாழ்வில் எத்தனையோ பிரச்சனைகளை தைரியத்துடனும் விடாமுயற்சியுடனும் மேற்கொண்டு வருகிறோம் என்பதை பல கவிஞர்கள் வார்த்தைகளால் உயிர் கொடுத்து வாழ்வியல் ஆக்க வடிவம் கொடுத்திருக்கிறார்.

                                     அச்சம் தவிர்

குறியீட்டு

அச்சம் தவிர்

போராட்டம் நிறைந்த வாழ்க்கை

பிறப்பிலிருந்து இறப்பு வரை தடைகளைத்
தாண்டி தான் வாழ்ந்து கொண்டிருக்கிறோம்
அன்றாட காலை முதல் அந்த நாள் முடியும் வரை
எத்தனை போராட்டங்கள்

பசி மறந்து பத்து மைல் கடந்து
உழைக்கும் உழைப்பாளிகளின் போராட்டம்
தன் கனவைத் தாம் கண்ணாய் கருதும்
குழந்தைகளுக்காக ஓடும் பெற்றோரின் போராட்டம்

காலம் கடந்து கடிகாரம் எல்லை மறந்து
கற்பிக்கும் ஆசிரியர்களின் போராட்டம்
மழையில் தன்னை மறைத்து மற்ற நேரங்களில்
இரைதேடும் சிறு எறும்பின் போராட்டம்

எண்ணிலடங்கா போராட்டங்கள் இருந்தும்
இலக்கை நோக்கிதான் ஓடிக்கொண்டிருக்கிறோம்
போராட்டம் யாவும் பயம் கடந்துதான் பயணிக்க
படுகிறது
பயந்தால் பதக்கம் பெற முடியாது

தடைகள் தாண்டி செல்ல பயம் பயனில்லை
போராட்டம் ஒரு பொருட்டல்ல
விடாமுயற்சியுடன் பயத்தை பொஷிக்கி
பதட்டத்தை விலக்கி விரைந்து ஓடினால்
விண்ணையும் மண்ணாய் மிதித்துவிடலாம்

- மு. மாரிச்செல்வி (கவிதையாழின)

அச்சம் தவிர்

<u>தோல்வியோ தொலைந்து போதல்..!</u>

முடியாதென்று முடங்கிவிடாதே !
முடியாதவைகளையும் முடித்துவிடலாம் !
தடைகளை கண்டு தயங்கிவிடாதே !
செயல்நடைகளினால் அவற்றை செம்மைபடுத்திடலாம் !
தோல்வியை கண்டு தோய்ந்து விடாதே !
தொலைதூர வெற்றியையும் தொட்டுவிடலாம் !
சோதனைகளை கண்டு சோர்ந்து விடாதே !
சாதனைகள் பல செய்து சாதித்துவிடலாம் !
களைப்பினை கண்டு கவலை படாதே !
கடும் உழைப்பிருந்தால் உலகையும் ஆளலாம் !
ஏளனத்தை கண்டு ஏக்கம் கொள்ளாதே !
எதிர்பார்த்த இலக்கை எட்டிவிடலாம் !
ஆம்..,
ஓய்வுக்கு ஓய்வு கொடுத்து !
வெற்றிக்கு முழு முயற்சி கொடுத்தோமெனில்,
தோல்வி யென்பது தொலைந்து போய்விடும்...!

- **நெல்லை சதிஸ்.**

<u>அஞ்சாதே</u>

அஞ்சாதே
தீண்டாமையைத் தீயிலிட.....

அஞ்சாதே
மதத்தை மரணப் படுக்கையில் தள்ள.

அஞ்சாதே
மங்கை மீதான மாசினைக் களைய...

அஞ்சாதே
தாய் மண்ணை மீட்டெடுக்க...

அஞ்சாதே
மெய்மை பேச....

அஞ்சாதே
பொய்மை தவிர்க்க....

அஞ்சாதே
அறம் பேண....

அஞ்சாதே
அன்பை விதைக்க....

அஞ்சாதே
அரசியல் பேச....

அஞ்சாதே
விஞ்ஞானம் போற்ற...

அஞ்சாதே
தாய் தந்தைப் பேண....

அஞ்சாதே
சுற்றம் கலக்க....

அச்சம் தவிர்

அஞ்சாதே
துரோகம் வெறுக்க....

அஞ்சாதே
நட்பில் உறவாட ....

அஞ்சாதே
கண்கள் கண்டு காதல் கதைக்க....

அஞ்சாதே
பழமை மறக்க...

அஞ்சாதே
தீமை வெறுக்க....

அஞ்சாதே
புவனம் காக்க....

அஞ்சாதே
கல்லாமை இல்லாமையாக்க....

அஞ்சாதே
சமத்துவம் பேணிட ....

அஞ்சாதே
நேர்கொண்டு பேச...

அஞ்சாதே
மானம் மதிக்க....

அஞ்சாதே
பெண்மைப் போற்ற...

அஞ்சாதே
ஆண் பெண் நிகரெனக் கொள்ள.....

அஞ்சாதே
மூன்றாம் பாலினம் பார்த்து புன்னகைக்க.....

அஞ்சாதே
நேர்மைப் பட.....

அஞ்சாதே
ஊனமறு உழவு காக்க......

அஞ்சாதே
உலகம் ஒன்றிணைக்க....

அஞ்சாதே
சிகரம் தொட......

முனைவர் மு. துர்கா தேவி

திருச்செந்தூர்

நம்பிக்கை எதிர்பார்ப்பு

போராடிய நாட்கள் எல்லாம்,
வலியை தந்தது, எதிர்பார்த்த நாட்கள் எல்லாம்
ஏமாற்றத்தை தந்தது,
வலிமையான எண்ணம் எல்லாம் வலுஇழந்து
போனது,
தேடிய செல்வம் எல்லாம் காணமலே போனது,
படித்த படிப்பு எல்லாம் பாழாப்போனது,
பாவப்பட்ட இடமெல்லாம் பாவி என்ற
பெயரானது,
உதவி தேடி போனதெல்லாம் உதாசினம்
செய்யப்பட்டது
உதட்டின் வார்த்தை எல்லாம் பொய்யாக
போனது
என தெரிந்தும்,
என் உள்ளம் என்னவோ அமைதி கொள்ளவில்லை,
நாளையாவது நான் நினைத்தது
நடக்குமா என்ற நம்பிக்கை எதிர்பார்போடு
எதிர்கொள்கிறது
என் வாழ்க்கையானது……

நாமக்கல் செந்தில்

<u>விடாமுயற்சியே வெற்றியின் ரகசியம்.....</u>

அறத்தின் வழியே நின்று அகத்தின் அழகை பார்;
அதில் ஆழமாய் இருக்கும் உன் ஆசையை பார்;
ஆசையின் வழியே சென்று அகிலத்தைப் பார்;
அகிலம் காட்டும் நெறியைப் பார்;
நெறியின் வழியே நின்று உன்னைப் பார்;
உன்னை வழிநடத்தும் வெளிச்சத்தைப் பார்;
அவ்வெளிச்சம் காட்டும் திசையைப் பார்;
திசையில் இருக்கும் இடையூரைப் பார்;
இடரைக் களைக்கும் வழியைப் பார்;
வழியில் கிடைக்கும் தைரியத்தைப் பார்;
தைரியம் கொடுக்கும் தன்னம்பிக்கையைப் பார்;
தன்னம்பிக்கையில் கிடைக்கும் தீர்வைப் பார்;
தீர்வில் கிடைக்கும் பலனைப் பார்;
பலனின் முடிவில் வெற்றி அடைந்திருப்பாய்,அதற்கு
காரணம் விடாமுயற்சி என்பதைப் பார்!.💪

-   **வே.கனிமொழி.,**

<u>போராடு வாழ்க்கையோடு</u>

அழகிய வாழ்க்கை தனில்
ஆயிரம் பிரச்சனைகள்
தினம் தினம் வந்தாலும்....
நீ தைரியமாய் போராடு....
கவலைகளை எதிர்த்து
காலம் காணு.....
வெற்றி தனை இலக்காக்கு....
உந்தன் விடா முயற்சி தனை
அதற்கு உரமாக்கு....
வாய்புதனை பயன்படுத்தி
வாழ்க்கையில் முன்னேறு.....
இலக்குதனை அடைய பாடுபடு...
இயலாமையை தூக்கி
தூர போடு....
விடா முயற்சியுடன் விளையாடு...
உன் வாழ்வில்
வெற்றி மாலை அதை நீ சூடு...

-    **ரா. வெங்கடேசன்**

<u>வெற்றி நமதே.</u>

கூண்டுக்குள் அகப்பட்ட
பறவை போல....
கூனி குறுகி கும்பிடு போட்டு
வாழ்வதை விட்டு விட்டு.....
மனதினை திடமாக்கி
தைரியம் அதை உரமாக்கி....
அறிவு கோல் மூலம்
இழந்ததை அனைத்தையும்
அடையலாம்....
மனதில் இருக்கும்
கனவு பயணத்தை நோக்கி
நடை பயிலலாம்....
தைரியமும் விடா முயற்சியும்
உன்னிடமிருந்தால்....

-ரா. வெங்கடேசன்

விதியை வெல்வோம்

காலம் ஓடும் ஓட்டத்தில்
கவலைகள் நம்மை
சூழும் நேரத்தில்....
விதியின் மீது பழியை போடாமல்
தோல்வியை கண்டு
மனம் துவளாமல்....
மனதில் தைரியத்தை
மருந்தாக்கி....
விடா முயற்சி அதை அதற்கு
விருந்தாக்கி....
உறுதியாய் நீ வைக்கும்
ஒவ்வொரு காலடியும்....
வாழ்க்கைக்கு அடித்தளமாகும்...
உன் வெற்றிக்கு முதல்
படியாகும்....

-ரா. வெங்கடேசன்

வீர நடை போடு மனிதா

அச்சம் களைந்து
ஆர்வம் விளைந்து
இடைவிடாத இலக்குக்காக
ஈய வேண்டும் பலவற்றை
உழைக்க வேண்டும்
ஊக்கத்தால் உரம் போட வேண்டும்
என்றுமே ஏற்றமே எண்ணத்தில் நிலைக்க வேண்டும்
ஏளனம் செய்பவர்களை எட்டி உதைத்து
ஐயத்தை நீக்கி வெற்றியை நோக்கி
ஒழுக்கமதனை கடைபிடித்து
ஓங்காரமாய் நடை போடுவோம்
நாளை நமதே
வரலாற்றில் பொன் எழுத்துக்களால் பொறிக்கப்படட்டும்
நம் சாதனைகள்
அதை கடக்க நாம் அடைந்த வேதனைகள்
மறைந்திடும் அத்தருணத்தில்....
வீர நடை போடு மனிதா
வெற்றி நமதே!!!

-கவிச்செம்மல்.
ஆ.நித்ய கல்யாணி
மதுரை

தைரியத்தின் வலிமை

என் அன்பு தோழர்களே
    உங்களை வெல்ல யாருமில்லை
நீங்கள் உங்களுக்கு துணை
    சொந்த கால்களில் நிற்க வேண்டும்
எதிர்பார்ப்புகள் வேண்டாம்.

இன்னல்கள் பல வந்தாலும்
    உன் புன்னகையை நிறுத்தாதே
உன் புன்னகை கண்டு
    மனம் மாறும் பல நெஞ்சங்களுண்டு
சாதித்தால் போற்றும் உலகம்.

என் தந்நதையை இழந்தேன்
    இன்னல்கள் பல கடந்தேன்
தைரியங்கள் மேற்கொண்டேன்
    வாழ்வில் வெற்றி அடைந்தேன்.

என் உறவுகளே
    உன் தைரியமே
உன் வாழ்வின் வெற்றி
    தைரியம் கொள்ளுங்கள்
வெற்றி அடையுங்கள்.

-மு. ஹர்ஷினி

அச்சம் தவிர்

பயம் இல்லா பயணம்!!!

அச்சம் தோல்வியே மிச்சம்!

ஒளியில் இருப்பவனுக்கு இருளில் பயம்!

இருளில் இருப்பவனுக்கு சிறு ஒலியும் பயம்!

பிஞ்சு குழந்தை நடக்க பயந்தால் ஓட முடியாது!

ஓடும் வயதில் விளையாட பயந்தால் விளையாட்டு
வீரனாக முடியாது!!!

பள்ளியை கண்டு அஞ்சினால் பாடம் கற்க முடியாது!

ஆசிரியரைக் கண்டு அஞ்சினால் அறிவை வளர்க்க
முடியாது!

சூரியனை கண்டு பயந்தால் பூக்களின் புன்னகை
பார்க்க இயலாது

விவசாயிகள் நிலத்தில் விதைக்க பயந்தால் மக்கள்
மண்ணில் வாழ இயலாது

கடல் தாண்டும் பறைவைக்கு கரையை அடைவது
கடினமல்ல,தன் இறக்கைகள் மேல் நம்பிக்கை உள்ள
வரை!

வெற்றி பயணத்தின் வேகத்தடையே பயம்!

தோல்வியை தூற்ற ஆயிரம் வருவோர்!

வெற்றியை போற்ற ஆயிரம் வருவோர்!

தோல்வியும் முடிவல்ல! வெற்றியும் எல்லையல்ல!

செயல்முறையும் செய்யும் முறையும் ஒன்றுபட்டால்
முற்றுப்புள்ளி ஏதுமில்லை!
முடியும் வரை முயற்சித்தால் எல்லையில்லா உலகில்
முடியாதது எதுவுமில்லை!

அலட்சியம் தவிர்ப்போம்! அச்சம் தவிர்ப்போம்!

-அ. ஜயப்பராஜா

<u>தலைகாக்கும் தன்னம்பிக்கை</u>

கதிரவன் காயும் நேரம்
களைப்புற்று ஓயும் காலம்
கடலலை காலினைத் தொட்டுச் செல்ல
காயங்கள் யாவும் மனதைக் குத்திக் கொல்ல
துடிக்கும் இதயம் பாறையாய்க் கனத்தது - தப்பி
என்றாவது நடக்குமா நான் நினைத்தது...

காரிருள் கடலைக் குடிக்க
கனத்த இதயம் கடினப்பட்டுத் துடிக்க
கண் மூடி நினைக்கிறன்
மனதைக் கல்லாக்க விழைகிறேன்...

விழிகளை இமை தொட்டு மூட
விரைவாய் இருள் சற்று சூழ
வாங்கிய அடிகளும்
தாங்கிய வலிகளும்
சீராட்டி மெச்சிய நாவுகளும்
கசாப்பாய் ஏசிய நேரங்களும்
காண வெறுத்த சொந்தமும்
இழுக்கு சொன்ன பந்தமும்
கண்முன்னே தூற்றிய சுற்றமும்
முதுகுப்பின்னே குத்திய நட்பும்
தப்பி மறந்த சிலவும்
நினைக்க மறுக்கும் பலவும்
சுற்றிலும் பழித்தாலும்
முற்றிலும் ஒலித்தாலும்
சுவாசம் கொள்ளும் உயிர் மூச்சோடு
எனக்கு ஓர் ரகசிய பேச்சு...

அச்சம் தவிர்

சோதனையை மட்டுமே கண்டு கலங்கிய நீ - உன்
சாதனைகளினால் உன்னை நகைத்தவரை என்று
கலங்கடிக்க போகிறாய் ?

போதும் இந்தத் தாழ்வுப் பேச்சு ! - உனக்கு
இப்பொது முயற்சியே மருந்தாய் ஆச்சு !

இருகை சேர்ந்தால்தான் ஓசை என்று சொன்னால்
உன் ஒற்றைக்கை விரல்களினால் சொடுக்கிட்டு காட்டு !

உன் முயற்சியும்
அதற்கு சிறு பயிற்சியும்
இந்நிலை நின்று பெயர்ச்சியும்
தொடர்ச்சியாக செய்து பார்...
சமயம் பார்த்து உன்னைவிட்டு விலகிச் சென்றவர்கள்
முன்
இமையம் பார்த்துச் சொல்...
எனது தன்னம்பிக்கை முன் நீ சிறிய குன்றேயென்று !

- தமிழ்ச் சேவகி
த. சிந்துகவி

 அச்சம் தவிர்

<u>மெய்வருத்த கூலிதரும்</u>

தொலைத்ததை தொலைத்த
இடத்திலேயே தேடி
திரும்பு

தொலைத்த இடத்திலேயே
நீயும் தொலைந்து
விடாதே

தீக்குச்சியாய் தீக்குளிக்காதே
தீயைப்போல் தின்றுவிடு
சோகத்தை

ஆற்றைதின்ற அலைகடல்
உப்பை உமிழ்வது
போல்

முயற்சியை தின்று
வெற்றியை உமிழ்ந்திடு
மனிதா

சூரியனாகவே இருந்தாலும்
விழுந்தபின் எழுந்தால்தான்
உண்டு வெளிச்சம்

முறிந்த கிளைகள்தான்
புதிதாய் துளிர்க்குது
மறவாதே மனிதனே

- மணிரா

<u>முயற்சியின் சப்தம்!</u>

உன் முயற்சிக்கு தடைகள் வந்தால் சற்று நீ மௌனமாக
இரு!
ஆனால்
ஒருபோதும் உன் முயற்சியை மௌனமாக்கிடாதே!
ஏனெனில் தடைகள் விலகும்போது
உன் முயற்சியின் வெற்றிசப்தம்தான் தேவை!
பிறரது கேளிக்குறலின் கேள்விக்கு நீ தர வேண்டிய பதில்
மௌனம்!
பின் உன்மௌனக்குறலின் சப்தத்தால் பெறும்
வெற்றிக்கு அதே குறலின் பாராட்டுதான் உன் பதில்!
அடுத்தவன் வழியில் வேகமாக ஓடுவதை விட உன்
வழியில் மெதுவாக சென்றடையும் வெற்றிப்பயணம்
என்பது பல தோழ்வியின் தடங்கள்
பதித்து!கேளிக்கையின் சப்தமும் உதாசினக்குறலின்
ஒலியும் !
அளவு மீறிய உன் சகிப்புத்தன்மையும்
உன் வெற்றிப்பயணத்தின் படியாய் உருவாகி
....இறுதியில் உன் பயணத்தின் முடிவாக நீ பெற்ற உன்
வெற்றியின் கண்ணீரில் கலந்திருப்பது
உன் சகிபுத்தன்மையின் சுகங்கள்!

-தர்ஷினிசிறகுகள்

வழி வகுக்கும் வீரம்

காலனுக்கும் அஞ்சாமல் காரிருள் நீக்கி கடமை ஆற்றும் மருத்துவர்கள்- தைரியத்தில் திளைத்தவர்கள்.....

சமூகத்தின் சூழ்ச்சியால் சில சூழ்நிலைகளில் சிக்கியும் சிரம் தாழ்த்தாமல் தன் திறனால் தலைநிமிரும் பெண்கள் - தைரியமே பெருமை கொள்ளும் தன்மான சிங்கங்கள்...

ஏதும் இல்லா சூழலிலும் எல்லாவற்றையும் தன் குழந்தைக்கு தர நினைக்கும் தந்தையின் மனம் - தைரியத்தின் உச்சம்...

தைரியம் - பாரதியின் வரிகளில் மிளிரும் பாஞ்சாலியின் வாக்கினில் ஒளிரும்..

தடைகளை உடைத்து தரணி ஆள்வதும், தடைகளை உடைக்க தானே ஆயுதம் ஆவதுமே - உண்மையான தைரியம்..

-மு.கதிஜா

விடாமுயற்சியின் விடியல்

கரிகாலனின் விடாமுயற்சியே மாபெரும் கல்லணை
ஆனது...
கார்ல் மார்க்ஸின் விடாமுயற்சியே மூலதன புத்தகம்
ஆனது..
காந்தியின் விடாமுயற்சியே நாட்டின் விடியல் ஆனது..
ஆல்வாவின் விடாமுயற்சியே பாரெங்கும் வெளிச்சம்
ஆனது..
வீரமும் விடாமுயற்சியும் விண்ணையும் தொட வல்லது..
வீறு கொண்டு எழ உன்னை வீழ்த்த எவரும் இல்லை..
விடியலே விழி.. உலகமே உன் விடியலை
விரும்பி ஏற்கும்..

-மு.கதிஜா

அச்சம் தவிர்

<u>தொடங்க அஞ்சாதே</u>

நீ தொடங்கும் போதே செயலின் முடிவை எண்ணாதே...
உன் களைப்பறியா முயற்சியை கண்ணாரக் கண்டு
காலமே நீண்டு போகும்...
வானம் இடி மேளங்களைக் கொட்டும்...
உன் செயலோ காட்டுத் தீயென கர்ஜிக்கும்...
உனக்கு வெற்றி மாலைகள் இட உன் கழுத்தில் இடம்
போதாதப்பா!

அச்சம் தவிர்

தெளிவென நட

சூழ்நிலை மேல் சாயாதே நீ
உன்னைச் சுற்றி இருக்கிறவர்களைத் தேடாதே நீ
உன்னைத் தாழ்த்துகிற வஞ்சக வார்த்தைகளுக்கு
துளியளவும் காதுகொடுக்காதே நீ
உன் எண்ணங்களை சீரமைத்திரு நீ
நம்பிக்கையோடு உனது கைக்கோறு நீ
உனக்குள்ளே உதிக்கும் உந்துசக்தியை வெள்ளமென
வெளிக்காட்டு நீ
புது ஒளியைப் பார்த்து வாழ்க்கையை வாழு !

-சு. அசோக் குமார்

<u>பசுமையான வாழ்வு</u>

மரத்தின் அனைத்து இலைகளும் உதிர்ந்த பின்பும் கூட
கவலைக் கொள்வதில்லை.

அக்கணத்திலும் சோர்ந்து போகாமல் எங்கும்
சாயாமலும் நேராக நிற்கின்றன மரங்களோ!

தனித்து விடப்பட்ட தருணத்திலும் தன்னம்பிக்கையோடு
புன்னகைக்கின்றன.

துன்பம் நிகழ்கின்ற தருணத்தையும் இன்பமாக ஏற்றுக்
கொள்கின்றன.

உதிர்ந்த இலைகளையே தனக்கு உரமாக்கி பசுமையாக
செழித்து வளருகின்றது.

புன்னகையின் சிதறல்களே பூக்களாக பூத்துக்
குலுங்குகின்றது.

மகிழ்ச்சியை பரப்புகிறது மலர்களாக!

தன்னம்பிக்கையை வளர்க்கிறது வேர்களாக!

புது விதமான நம்பிக்கையோடு மண்ணை பிளந்து
கொண்டு எழுகிறது விதைகளோ!

விழுந்தாலும் எழுவோம் செடியாக அல்ல மரமாக!

-க.பானுபிரியா

<u>மண்ணின் விதை</u>

உலகிலுள்ள ஒவ்வொரு உயிரினங்களும் வாழ்வதற்காக
விடாமுயற்சி என்னும் கூரிய ஆயுதத்தைத் தம்மில்
கொண்டு
போராடுகின்றன அதுப்போல
மனிதர்களாகிய நாமும் வாழ்க்கையில் சரித்திரம்
படைக்க பல இகழ்ச்சிகளைப் பொறுத்து
மனவுறுதிடன் போராடுகிறோம்...!!!
மேடு பள்ளங்கள் நிறைந்த வாழ்க்கையின் பாதையில்
நின் கடந்துச் செல்ல ஊக்கமே முதற்படி பல தடைகள்
வந்தாலும் நின்று விடாமல் நெஞ்சுரம் கொண்டு
தொடர்ந்து செல் பூமியில் தூவியை விதைப் போல
மனவுறுதியுடன் போராடு
வெற்றி தானே வழிக்கேற்கும்
உன்னிடம்...!!!

----க.க

உற்று நோக்கு

மண்ணில் புதையும் விதை மருண்டால்
விருட்சமாவதில்லை !
அண்டவெளி தவழும் நிலவில் கூட நீர் ஊற்றெடுக்கும் !

சிந்திய கண்ணீருக்கு
சிற்றெரும்பும் படையெடுக்கும் !
சீரும் பாம்பைக் கண்டு பெரும் படையும் நடுங்கிடும் !
ஆற்று நீரை எதிர்த்து
நீந்தும் மீன்கள் கண்டே
உன் வாழ்வில் எதிர்
நீச்சல் போடு !

அமுதத்திலும் ஆழகால
விடமுண்டு
அண்டத்திலே ஆழ் விழுங்கும் ஆபத்தும் உண்டு !
எண்ணம் தூய்மை கொல்
ஏற்றம் உனக்கு உண்டு !

மணல் குவியல் காற்றால் குளைந்திடும்
வலி தாங்கும் கல்லே சிலையாக
வளர்ந்திடும் !

மலை வீழ்ச்சி தாண்டி
முயற்சி செய்திடு
விடாது தொடர்ந்திடு !
வாழ்வின் எண்ணம் கலையாது
உள்ளம் உரையாது
மேன்மை ஓங்கிடும் !

அச்சம் தவிர்

நெருப்பில் உருகும் தங்கமே
மெய் வழியே அழகு சேர்க்கும் !
பீனிக்ஸ் பறவையாய்
விழுகின்ற அருவியாய்
வீழாது வாழ்வாய் !

உன்னுள் நம்பிக்கை
விதை போடு
தன்னம்பிக்கை நடைபோடு
வாழ்வில் துணிவோடு !

ஒரு நாளே வாழ்நாள் என்றும் ஈசலுக்கு பறக்க
பயமில்லை !
கொடுக்கினை இழக்கும் தேனியோ
மிரண்டோட துணியவில்லை !

உறுப்பு வெட்டுண்டும் பல்லி துவண்டு ஒழியவில்லை !
உயரம் செல்லா சிட்டுக் குருவி பருந்தின் வேகம்
அறிந்தும் அஞ்சவில்லை !

மனிதா இயற்கையோடு இணைந்து
உற்று நோக்கி முயன்றே
சுற்று சூழலை பற்றிக்கொள் !

உன்னில் உண்மையை கண்டெடு !
உணர்ந்து முயன்று
தன்னம்பிக்கை கொண்டிடு உன்னோடு !

-ம.

தைரியம் தரும் தன்னம்பிக்கை

தொலைந்திடும் தொடுவானம் கூட
உன் தொடர்முயற்சிகளால்
தாழ்ந்து பணிந்து நீண்டு நிற்கும்
உனக்காக...!

ஆதவனின் கிரணம் - உனக்கு
வீண் அச்சம் எதற்கு ?

அகக்கண் திறந்து -
துறத்திடு உன் அச்சத்தை !

விடாமுயற்சியோடு
வெல்வேனென - உறுதியோடு ;
தன்னம்பிக்கையோடு செயல்புரி !

பின் தொடுவானமென்ன
நீல்வானமும் உன் வசம்தான்...!!
உன் வெற்றி நிச்சயம்தான்...

~ **ச. த. ரேணுகா தங்கவேல்**

ஓடிடும் கால்கள்

சிலந்திவலையாக எண்ணிய உன்
எண்ணத்தில் தீயிட புறப்பட்டேன்...
பாரதியின் பேத்தியாய்...
புதுமைப் பெண்ணாய்...
ஆணவம் என்ற ஆடுகளத்தில்
ஆடிடும் மனிதர்கள் மத்தியில்
துச்சமென எழுந்தேன்,
அச்சம் தவிர்த்து...

நிலம் தன் பொறுமை
உணர்ந்த கணங்கள்
மலர் தன் கண்ணீர்
மறந்த கணங்கள்
காற்று தன் இசை
அறிந்த கணங்கள்
வேகம் உணர்ந்தேன்
விவேகத்தை சோதித்து
விடா முயற்சியில் வெற்றி அடைய

தாங்கியதெல்லாம் தாய்
என்று உணர்ந்தேன்!
தேற்றியதெல்லாம் தகப்பன்
என்று அறிந்தேன்!
அனைத்தும் எண்ணில் விழுந்த
அச்சம் என்ற ஒன்றை தவிர்த்து,
என்னில் விழுந்த விடாமுயற்சியை
தூண்டவே என்று சிந்தித்தேன்!

ஓடிடு!
உன் கால் பூமித்தாயின் வசம்
விழுந்தாள் வீழ்ந்தால் தேற்றுவாள்...
ஒழித்திடு அச்சம் என்ற
பிணப்பெட்டியை,

தூங்கினால் எழுந்திடு
துரத்தினால் விழித்திடு
அழுத்தினால் உணர்ந்திடு
தேற்றினால் ஏற்றிடு
தூற்றினால் மறந்திடு
தூக்கினால் ஜெயித்து

உலகம் உன் வசம்,
நீ சிந்தும் வேர்வையில்!
நீயும் என் வசம்,
நான் சிந்தும் வார்த்தையில்!

-இந்திரலட்சுமி

<u>வேண்டாமே அச்சம்</u>

சுற்றும் பாதையில் அச்சம்
சுற்றத்தாரை காண்கையில் அச்சம்
இல்லாதவனுக்கு இருட்டை கண்டச்சம்
இருப்பவனுக்கு அனைத்தும் அச்சம்

போட்டியாளனுக்கு தோல்வியை கண்டச்சம்
வெற்றியாளனுக்கு வேற்று அச்சம்
பிள்ளைக்கு படிப்பின்மீது அச்சம்
பயின்றோருக்கு பிணி அச்சம்

அச்சத்தை தவிர்த்து விடு
அஞ்சாமை பதித்திடு
வெற்றிடத்தை நிரம்பியதும் அதுவே
வெற்றியாளரை காண்பதும் அதுவே

அச்சத்தை உடையாய் கொள்
உயிராய் கொள்ளாதே
மெருகேறுவாய் - சமூகத்தை
மெருகேற்ற வளருவாய் .

-ஸ்ரீதர் .ரா

வாலிப வயது

வீணை மீட்ட வித்துவான் தேவைதானா?
விண்ணைத் தொட இன்னல்கள்
இடை நிற்குமா ?
வெற்றி வாகை சூட வழி இடைமறிக்குமா?
பெயருக்கு விளக்கம் தேவைதானா? புகழுக்கு
வரையறைகள்தான்
ஏதேனும் உண்டோ ?

ஓடும் வண்டுகளை ,அறிந்தும் அறியாமலும் மிதித்து
சிதறடிக்கும் மிருகத்திற்குக்கு தெரியுமா தான் செய்வது
பெரும்பாவம் என்று?

பாவ மூட்டையை தெரிந்தே சுமந்து பழக்கப்பட்டு
பண்பாடு இழந்து வாழ்ந்து வரும் மனிதனுக்கு
பயந்து ஓடிய காலம் எல்லாம்
போதும் இது பாய்ந்து பந்தாடுவதற்கான நேரம்!

கண நேரம் காத்திருந்தாலும்
காவு வாங்கிவிடும் கல்நெஞ்சக்கார
கலியுகம் இது !

ஏதோ ! பிறந்தோம் வளர்ந்தோம் இறந்தோம் என்று
வாழ்வதெல்லாம் ஒரு வாழ்க்கையா?
இடையூறுகள் உன் வழியில்
இடைமறிக்கத்தான் செய்யும்!

அச்சம் தவிர்

தீக்காயம் பட்டால் சுடத்தான் செய்யும்! படுகுழி என்று
தெரிந்தும் பாழாய் போன மனது தன்னையே
பறிகொடுக்க தான் செய்யும்!

ராணுவப்படை கொண்டுவந்து போர் தொடுத்தாலும்
தோற்றுத்தான் போவாய்! அது உறுதி!

உன்னைச் சொல்லி ஒரு குற்றமும் இல்லை உன் வயது
அப்படி!
சொல்புத்தியுமில்லாமல் சுயபுத்தியுமில்லாமல்
தான்தோன்றித்தனமாய் திரிய தீர்மானத்துவிட்டது
உன் மனது, நீ தீப்பந்தம் ஏந்தி நின்றாலும் பின்வாங்காது !

அவ்வளவு எளிதில் யாருடைய அறிவுரையையும் ஏற்று
நடக்காது !
நம்மை படைத்த பரமனுக்கே அடங்காது!

வெறி இருக்கும் உதிரத்தில்
வேட்கை குணமும் குடிகொண்டிருக்கும்!
தன்னம்பிக்கைக்கு தண்ணீரூற்று! காயமும் கண்ணீரும்
கானல் நீராய் மறைந்துவிடும்!

அச்சம் தவிர்! உச்சத்தை அடையலாம்! தயக்கத்தை
தூக்கி எறி
தரணி எங்கும் கால் பதிக்கலாம் !

தலைகால் புரியாமல் ஆடாதே!
கர்வமே உன்னை கொன்றுவிடும் !
கை தட்டும் அதை உலகம்
கூட இருந்தே குழி பறிக்கவும் தயங்காது!

இன்று வெற்றியின் களிப்பு கூட
நாளை தோல்வியின் கசப்பாகி முடிந்துவிடும்!

எதிலும் எச்சரிக்கை தேவை
எட்டாக்கனி கூட கூடிய விரைவில் எட்டிவிடும் !

--

பா.கவுசிகா (பார்கவி)

வெற்றி உனதே

சுட்டெரிக்கும் சூரியனை கார்மேகம் மறைத்தாலும்
அச்சமின்றி தன் ஒளியை செலுத்தி பூமியை அடைகிறது

எதிரில் வரும் தடைகளை தாண்டி வானம்தான் எல்லை
என அச்சமின்றி பறவைகள் வானுயர பறந்தனர்

வண்ண பூக்கள் மாலையில் வாடிவிடுவோம்
என்றாரிந்தும் அச்சமின்றி மலர்கிறது

ஓடும் நதி வழித்தடம் இல்லை என வருந்தி நிற்பதில்லை
மாற்றாக தான் செல்ல பாதை அமைக்கும்

அதுபோல தான் மனித
துன்பம் கண்டு கலங்காதே
தோல்வியை விட்டு விலகாதே

உன் கனவை அடைய முயற்சிசெய் தோல்விகள்
பாதையாகும் அச்சமின்றி பயணம்செய்
வெற்றி உனதே

-ச.இந்துமதி

<u>தேவையும் நாளையும்!</u>

நீ வாழ்ந்த வீடு வரலாறாகும்
சாதனை செய்தால்!
வேதனைகள் ஏற்றுக்கொள்
சாதனைகள் கிடைத்துவிடும்.
ஒவ்வொரு சருக்கலிலும்
சாரலாக சாதனைகளை
தெளித்து விடு
சருகுகளாவது நனையட்டும்.
கல்லடிபட்ட கனிபோல
கனிந்து விடாதே
உளிபட்ட பாறைபோல்
சிற்பமாகிடு!
உறங்கிடும் ஆன்மாவிற்கு
உயிர்கொடு.
மருகிடும் விழிகளுக்கு
ஓய்வுகொடு.
உன்னில் மட்டும்
நீ வாழ்ந்துவிடு.
உலகுக்கெல்லாம்
வாழ்க்கை கொடு.
மழைச்சாரல் வரவே
மரங்கள் வளரும்
மரங்கள் கொண்டே
மழையும் பெருகும்.!
இதுதான் இயற்கை தேவை
உனக்கும்தேவை
ஒரு பாதை தான்.
ஆனால், பல பாதைகளுக்கு
நீயும் தேவை!
   - **பொ. ரேணுகா**

விடாதீர்கள்

விட்டு விடாதே !
விழுந்தாலும் சரி
வியர்வை வழிந்தாலும் சரி !
புயல் அடித்தாலும் சரி
புல் குத்தினாலும் சரி !
துன்பம் துரத்தினாலும் சரி
துயில் தீர்ந்தாலும் சரி !
உடல் மெலிந்தாலும் சரி
ஊர் பலித்தாலும் சரி !
தவறு நேர்ந்தாலும் சரி
தாய் திட்டினாலும் சரி !
விட்டு விடாதே !

காதல் வந்தாலும் சரி
காமம் கெடுத்தாலும் சரி !
பூ வீழ்ந்தாலும் சரி
சருகு பூத்தாலும் சரி !
சூரியன் குளிர்ந்தாலும் சரி
நிலவு எரித்தாலும் சரி !
பறவை நடந்தாலும் சரி
மனிதன் பறந்தாலும் சரி !
ஏமாந்தும் விடாதே
விட்டும் விடாதே
விடாமுயற்சியை !

பொன்.கலையரசன்

<u>நையப்புடை</u>

புறம் சூழ்ந்து இகழ்ந்தாளும்
அறம் மறவாது நிமிர்ந்து நில்
நம்பிக்கை விதையாக்கு - அதுவே
விருட்சமாக வளர்ந்து நிழல்(புகழ்) தரும்!

தடைகள் பல வந்தாலும்
இலக்கை நோக்கி துணிந்து செல்
தயக்கங்கள் தகர்த்து எறி
வாய்ப்புகள் வந்து கதவை தட்டும்!

தோல்விகள் கண்டு அஞ்சாதே
விடாமுயற்சி கொண்டு பயணப்படு
தோல்வி உன்னை கண்டு
தோய்ந்து தொலைந்து போகும்!

முன்னேற்ற பாதையில் ஆங்காங்கே
முற்களும் கற்களும் நிறைந்திருக்கும்
மனம் தளராமல் முயற்சி செய்
இருள் நீக்கி வாழ்க்கை மிளிரும்!

விடாமுயற்சியும் தைரியத்தையும்
ஆயுதங்களாய் மாற்று - அது
உன் வாழ்க்கையில் பற்பல
வெற்றி கனிகளை பரிசளிக்கும்!

✍ நந்தினி

கலங்கரை விளக்கம்

சிகரம் என நீ உயர்த்து விட்டாள்
சில்வண்டும் சிலிர்த்து போகும்
பாதையில் உள்ள இடரை பார்க்காதே
பகைத்து போன உறவை தேடாதே
உவமை, என நீ வாழ்வதற்கு ஊமை ஆகி போகாதே
கண்ணீர் விட்டு கரைவதற்கு
கண்ணே நீயும் பிறக்கவில்லை
கலங்கரை விளக்கு என ஒளிர்வதற்கு
கரையை கடந்து வா கண்ணே...

- நா. ரேவதி

வெற்றி உன்னிடம்

உனக்கென்று ஓர் தகுதி
உனக்கென்று ஓர் திறமை.
விமர்சனத்தை தூக்கி எறி
ஆபத்துக்களை விட்டு
விலகி ஓடாதீர்கள்,
துணிந்து நீல்,
பணிந்து செல்லாதே
தைரியம் என்னும் ஆயுதம் கையில் எடு.
நம்பிக்கையை சுவாசி.
ஒரு காரியம் செய்து முடிக்கும் வரை தயங்காதே.
மனம் தைரியம் கொள்!
மண்ணை மட்டும் அல்ல விண்ணையும் தொடலாம்.
தைரியமே உன் ஆயுதம். தைரியத்தை முன்வையுங்கள்
வெற்றி உங்களிடம்.....

-இரா. கலைவாணி எம்., ஏ

<u>அச்சம் தவிர்த்து உச்சம் தொடு</u>

உண்டு உறங்கி
உலகியல் மாயையில் உழன்று
உருத் தெரியாமல் மாயாது
உள்ளத்தில் உறுதி கொள்!
சிந்தையில் தெளிவு கொள்!
நேர்க்கொண்ட பார்வை கொள்!
நேர்மை அதை நெஞ்சில் கொள்!
சீர்தகு ஆடை கொள்!
சீர்மை குலையா பேச்சைக் கொள்!
கனவைக் கண்ணில் கொள்!
தணலை நெஞ்சில் கொள்!
புனல் குணந்தனை செயலில் கொள்!
அச்சம் அதனை அறுத்து
அறத்தை அகத்தே கொள்!
இச்சகமே எதிர்ப்பினும்
உச்சம் தொடும் கொள்கை தனை
ஒருபோதும் விடுத்து
எச்சமாக நில்லாதே!
வீண்முயற்சி எனும் விமர்சனத்தில் வீழாது
விடாமுயற்சியில் வீறுநடை போட்டு
வெற்றி தனை உனதாகக் கொள்!

-மூ. பிரபாதேவி

அகலம் செல்! விதியே!

முந்திச் செல்லும் விதியே - சற்று
தள்ளி நின்று பாரேன்!
முயற்சி செய்யும் மனதை - மெல்ல
ஊக்கம் கொடுத்து நில்லேன்!

பயம் வேண்டாம் சிறிதும் - நெஞ்சில்
துணிவு கொள்வாய் பெரிதும்!
தோல்வி அல்ல துன்பம் - என்றும்
வெற்றி அல்ல இன்பம்!

அளவு கடந்த அன்பிலே - எளிய
மனம் நெகிழ வாழ்வாய்!
எல்லை கடந்த வானிலே - நின்
சிகரம் தொட முயல்வாய்!

- ரஞ்சனி பழனிசாமி

எழுவாய் தோழனே!

எழுவாய் தோழா
விதைபோல் நீயும்!
தோல்விகளை நாம்
தோற்கடிப்போம்..

நடப்பாய் நீயும்
இலக்கை நோக்கி
வெற்றிகள் நமக்கு
தூரமில்லை..

பாதைகள் எல்லாம்
பாதைகளில்லை - அவை
படுத்துறங்கும் பாம்புகள்..

பயத்தை தூக்கி
தூக்கில் போடு!
பயந்தால் நம்மை
விழுங்கி விடும்..

துணிவை தூக்கி
தோளில் போடு!
தூரம் பாதி
குறைந்துவிடும்..

எழுவாய் தோழா
விதைபோல் நீயும்!
தோல்விகளை நாம்
தோற்கடிப்போம்..

உனக்கென ஒன்றை
தேர்வுசெய் - அதை
முழுதாய் நீயும்
பூர்த்தி செய்..

தோல்விகள் கண்டு
துவளாதே!
போட்டிகள் கண்டு
மிரளாதே!

துன்பம் வரினும்
துணிந்து செய் - பிறர்
துன்பப்படாமல்
அறிந்து செய்!

எழுவாய் தோழா
விதைபோல் நீயும்!
தோல்விகளை நாம்
தோற்கடிப்போம்..

+இராம ஹரி பிரகாஷ்

புதிய பாதை

யாருக்கில்லை பயம்?
முழுத்தேர்வை எழுதவிருக்கும் மாணவருக்கா?
முதல் குழந்தை பெறவிருக்கும் தாயிற்கா?

தனிமையில் பயணிக்கும் வயதுவந்த பெண்ணிற்கா?
தந்தையை இழந்த ஏழைக் குடும்பத்திற்கா?

யாருக்கில்லை பயம்?
இழப்பின் பிறப்பே பயம்!
இழப்போம் என்ற எண்ணத்தின் தோல்வியே பயம்!

இழப்பை விடுத்து
இருதயம் புகுந்து
இலக்கை துரத்த
தைரியம் விதை!

பயத்தை கொல்ல
தோல்வியை வெல்ல
பார்த்து மெல்ல
பாதைகள் அமை!

+இராம ஹரி பிரகாஷ்

அச்சம் தவிர்

நாவில் மதுரம் தடவி
நெஞ்சில் நஞ்சுடன் திரிபவரை
களை எடுக்க....

அச்சம் தவிர்
தமிழ் மொழியை தரம் தாழ்த்துபவனை
வேரறுக்க....

அச்சம் தவிர்
பெண்ணை போக பொருளாய்
எண்ணி
அங்கம் தொட முனைவோனை
சிரம் கொய்ய....

அச்சம் தவிர்
சாதி உயர்வென கொள்வோனை
தூர விரட்ட.....

அச்சம் தவிர்
ஆண் பெண் சமம் என கூறி
ஆண்-பெண் இணைந்த
அர்த்தநாரியை இகழ்வோனை
துரத்தி அடிக்க.....

அச்சம் தவிர்
ஆண்மை தவறாது
பெண்மையை போற்றி
உயிர்கள் வாழ வழி செய்ய....

அச்சம் தவிர்
பாரதியின் வழியில் நடக்க...

அச்சம் தவிர்
அச்சம் தவிர்த்து
நெஞ்சம் நிமிர்த்தி வாழ.....

-மணிமேகலை

வீழ்ந்து போகாதே

காலம் மாறியது மனிதா!
விழித்து எழு! வீழ்ந்து போகாதே!

தோற்பதற்காக நீ பிறக்கவில்லை
உன் பிறப்பிலேயே ஆயிரத்தில் ஒருவனாய்
வெற்றிபெற்றாயடா!

உனக்கு நீயே துணை!
விழுவது எழுவதற்குதான்..
எழுந்து செல்!துணிவு கொள்!

தேவையில்லா காகிதமாய் எண்ணியவர்கள்
நீ பட்டமாய் பறப்பதை பார்க்கட்டும்!

- பெ. செல்வி

வாகைச்சூட

மத்தளத்தின் ஓசை ஓங்க ஓங்க தான் உயரம்
தோல்விகள் பல மெழுகாய் கரைந்தாலும்
அவை யாவும் தீப்பந்தமாய் வெற்றியினை
மூட்டிக்கொண்டே தான் இருக்கும்.

சிரம் தாழ்த்தி
கரங்களை மடித்து நையாண்டியின் பகட்டான
வார்த்தைகள் யாவும் ரௌத்திரத்தின் உச்சத்தினைப்
பெருக்கி ஊற்றும்

வாழ்வினைத் துறக்க நினைப்போருக்கு
பக்ஷி இராஜனின் எதிர்வினை எல்லாம் தக்க சான்றாய்
விளங்கி
சுற்றம் அறியப்பட்டு
ஏற்றம் விளக்கி
இறக்கம் அகற்றி
தொலைதூரம் விரட்டி
தொடுவானம் ஆக்கி
ஐயத்தினையும் பயத்தினையும் துரத்தி
முற்றும் தெளிந்து
ஏகத்தின் விளைவாய்
எட்டிப் பார்த்தவை யெல்லாம்
எட்டிப் பிடிக்கச் செய்து
ஓங்கி உயரப்பட்டு
சுற்றத்தால் ஆளப்பட்டு
உச்சியில் அடைந்து
முறிக்க நினைப்போருக்கு
வெற்றியினை முத்திரையிடுகள்!

-

ப.ஹரிணி(kaviyin kadhali)

 அச்சம் தவிர்

நேர் கொள்

எண்ணியது மாறாக
எண்ணாதது வேறாக
நம்பிக்கை நிலையாக
ஏமாற்றம் வலி வந்து போக
உறவுகள் கண்டுகொள்ளாது
உரிமையும் வாய் பேசாது
போராட்டம் சில தருணம்
போகும் பாதை பல வண்ணம்
முயற்சி தோற்றும் முயன்று நிற்கும்
வாழ்த்த மனமில்லாத வீழ்த்தவும்
தூற்றவும் மனமுவந்து
வறுமையான சூழலும் வாட்டிவதைக்க
வட்டி கட்டி பட்டம் பெற
வஞ்சனை இல்லா பணம் ஆள
வாய்ப்பும் வியாபாரம் ஆக
வசதியும் ஆட்டிப்படைக்க
பட்டமும் அறையில் உறங்க
திறமையும் நிராகரிக்க
நீந்தி செல்லும் துடுப்பாய்
கரை ஒதுங்கிய படகாய்
காட்சி இல்லா வேடிக்கையாகிறேன்
காலம் நேரம் தாமதமாக
உழைப்பு உண்ணதமாக
வீசும் காற்றும் வெற்றியின் உச்சம்
வாசம் வீசும் வானும் ஆனந்த நீர் பொழியும்.

--

மு.முஹம்மது உமைர்

இயன்றவரை முயன்றிடு

ஊரென்ன சொல்லுமென்ற
பயமெதற்கு உனக்கு
ஊக்கம்தான் தேவை
வெற்றிக்கனியைப் புசிப்பதற்கு!

புகழ்ச்சிக்கு மயங்காதே
இகழ்ச்சி கண்டு கலங்காதே
வேறென்று நீயிருந்தால்
வேறொன்றும் தேவையில்லை!

மிகப்பெரிய
வெற்றிகள் எல்லாம்
ஓரிரவில்
பெற்றவை அல்ல!

மிகப்பெரிய
மனிதர்கள் எல்லாம்
ஓர்நாளில்
முளைத்தவர்கள் அல்ல!

முள் குத்தியதால்
முயல மறுக்கலாமோ?
தோல்வியுற்றதால்
துவண்டு போகலாமோ?

தெரிந்துகொள்
தொட முடியாதவையையும்
தொடும் தூரமாகிடும் - உன்
தொடர்முயற்சியாலும் தன்னம்பிக்கையாலும்!

அச்சம் தவிர்

அறிந்துகொள்
திறமைதான் உன்
ஆகச்சிறந்த வெற்றியின்
திறவுகோல் என்று!

இயன்ற வரை
முயன்றிடு!
முயலாமையே தோல்வியென
உணர்ந்திடு!

வென்றால் மகிழ்ச்சி
தோற்றால் பயிற்சி
தொடரட்டுமுன் முயற்சி!

- கா. அ. பாத்திமா ஜாப்ரின்

<u>அச்சம் விடு!</u>

அச்ச மென்ன மிச்சமடா?
அச்சன் தந்த சொத்தாடா?
துச்சமென தூக்கிப் போட்டா
உச்சம் உந்தன் பக்கமடா!

அச்சம் உன்னை வெல்லுமடா!
அடிமை யாக்கிக் கொல்லுமடா!
அச்சம் விட்டால் சாவுமுன்னை
அண்ட அது அஞ்சுமடா!

அச்சம் கொடும் பாவமடா!
ஆக்கம் கெடும் சாபமடா!
பச்சம் இல்லா பாலையடா!
பழகும் நெஞ்சம் இல்லையடா!

அஞ்சும் உள்ளம் பள்ளமடா!
அமைதி யில்லா இல்லமடா!
பகலறியா இருளதடா!
பாழடைஞ்ச கல்லறைடா!

சுற்றம் வந்து சேராதடா!
சொந்தம் கண்டு தேறாதடா!
அச்சம் யாரும் நம்பாதடா!
செத்துச் செத்துச் சாகுமடா!

அச்சம் ஒரு அவதியடா!
அறி யாமைக் கைதியடா!
தன்னை நம்பும் ஞானமடா!
உன்னை விடும் அச்சமடா!

- இரா **சதீஷ் குமார்**

வெற்றித் துணைவன்

இடரில்லா பாதையில்
நிச்சயம் இனிமை காண்பது அரிதே ..

இருட்டென்னும் பகுதியை கடக்க இதுவே இறைவன் இட்ட
விதை ..

உயிரற்ற உரம்
உயிருள்ள மனிதனுக்கு..

வெற்றியின் பாதையில்
வெறும் கையாக இருந்தாலும் ..
வெறி கொண்ட விலங்கு இருந்தாலும் ..
ஒருபோதும் விலகி நிற்காதே ..
தைரியம் எனும் தாரக மந்திரத்தை எல்லா தருணத்திலும்
தப்பில்லாமல் ஓப்பி
நிச்சயம் வெற்றி ..

வாய் மொழியா
தருணத்திலும்
மௌனத்தின் தவிப்பிலும் உன்னை துவண்டு போகாமல்
காக்கும் கருவி..

கத்தி கொண்டு யுத்தமே செய்தாலும் தைரியம் எனும்
ஆயுதம் ஏந்தா
வீரன் வீழாமல் போவானா..?

விதியையே மாற்றி அமைக்கும் விந்தை இது...

கருணை உள்ளம் ஆயினும்
கரடு முரடு ஆயினும்
காப்பரண் தைரியம்

ஒன்றே...

இதை இழந்தவன் வெல்வது அரிது ..
இருப்பவன் வீழ்வது அரிது ...

விழித்துக்கொள் மனிதா ..

உன் பாதையில் இருள் நீக்க விளக்கு இடும் நீ.....விழியின்
விளக்காக இதை ஏற்றி விடு வழி எங்கும் வெளிச்சம் தான்
வாழ்க்கையே வசந்தம் தான் ....

-ந.பவித்ரா

இரும்புப்பெண்

மூன்று எழுத்து கவிதையின் முழு உருவம்

தைரியத்தின் தனி உருவம்

என் தாய். ..

கணவனால் கைவிடப்பட்டு

சமுதாயத்தில் பல ஏசல்களுக்கும்

இழி சொற்களுக்கும் ஆட்பட்டு

தன் குழந்தைகளின் வாழ்க்கைக்காக

பல இன்னல்களை எதிர் கொண்டு

அன்றாடம் வாழ்வில் அவதிப்படுகிறாள்

உறவினரின் வசை சொல்லுக்கு ஆளாகியும்

அச்சமெனும் திரையை கிழித்தெரிந்து

இன்று வரை

தன்னம்பிக்கையையும் விடாமுயற்சியையும்

மனதில் நிறுத்தி

சுயநலமின்றி பிள்ளைகளுக்காக

அச்சம் தவிர்

தன் வாழ்க்கையை அர்ப்பணித்தவள்

என்றாவது ஒருநாள்

இந்த சமுதாயத்தின் முன்

தன் பிள்ளைகள் உயரப்பறக்கும் என்ற வீராப்போடு

இன்று வரை போராடும்

என் தாய் ஓர் அச்சம் தவிர்த்த

இரும்புப் பெண்மணி.

-கு.கவிப்பிரியா

<u>முயற்சி திருவினையாக்கும்</u>

நாம் நமக்காக ஒரு ஆறு கட்டளையை ஏற்றுக்
கொள்வோம்
யாரையும் பின் தொடராதே
கட்டாயத்தின் பேரில் யாரையும் நம்முடன் வைத்துக்
கொள்ளாதே
என் மதிப்பு நான் உணர வேண்டும்
மாற்ற முடியாத விடயங்களை ஏற்றுக் கொள்ள
வேண்டும்
எனக்கான வையாக இல்லாதவற்றை நாங்கள் கடந்துவிட
வேண்டும்
என்னை நான் நேசிக்க வேண்டும்
ஆம் தோழர்களே முடியாது என்று சொல்வது
மூடநம்பிக்கை
முடியுமா என்று கேட்பது அவநம்பிக்கை
முடியும் என்று சொல்வதே தன்னம்பிக்கை
நமது பிறப்பு ஒரு சம்பவமாக இருக்கலாம்
ஆனால் இறப்பு ஒரு சரித்திரமாக இருக்க வேண்டும்

-சாரா

நம்பிக்கையில் நடைபோட்டா

மாற்றம் என்ற ஒன்று உங்களிடம் காணாத வரை
நீங்கள் வெற்றியை காண மாட்டீர்கள்

புதைந்த பின்தான் விதையும்
சிதைந்த பின்தான் மனமும் தெளிவடைகிறது

எப்பொழுதும் நாம் இன்னொருவர் சென்ற பாதையில்
செல்லாமல் நமக்கு என்ற பாதையை உருவாக்கி செல்ல
வேண்டும்

நாம் புதிய சிந்தனையாக பலவற்றை உருவாக்க
வேண்டும் என்றால் அதற்கு முன் உனக்குள் இருக்கும்
உன் தைரியத்தை நீயே தட்டி எழுப்பு

எப்போதும் அவர் அதை செய்கிறார் இவர் இதை
செய்கிறார் என்று அடுத்தவர் மேல் வைக்கும் கண்ணை

உன் நம்பிக்கை மேல் வைக்கவும்
நமக்கான பாதையை நாமே உருவாக்கி அந்தப்
பாதையில் பல சாதனை பெற்றுக்கொள்ள வேண்டும்

-சாரா

வெற்றி பாதையில் வேறாக

நேரத்தை வீணடிக்கும் பொழுது ஓடும் கடிகாரத்தை
சற்று திரும்பி பாருங்கள்

ஓடுவது முள் அல்ல உங்கள் வாழ்க்கை நீ வெற்றிக்காக
போராடும் போது வீண் முயற்சி என்பார்கள்

நீ வெற்றி அடைந்த பின் விடாமுயற்சி என்பார்கள்
இதுதான் உலகம்

வெற்றியை நோக்கிப் புறப்படு மனிதா

-சாரா

தலைநிமிர தன்னம்பிக்கை கொள்

எத்தனை கைகள் என்னை தள்ளி விட்டாலும் என்
தன்னம்பிக்கை என்னும் கை என்னுடன் இருக்கும் போது
என்னை யாராலும் அசைக்க முடியாது

எப்பொழுதும் உன்னை அடுத்தவரோடு ஒப்பிட்டுப்
பார்க்காதே நீ தனித்துவமாக விளங்க வேண்டுமென்றால்
அடுத்தவருடன் உன்னை ஒப்பிட்டுப் பார்க்காதே

முதலில் எப்போதும் நமக்கு நாமே ஆறுதலாக
மனதைரியத்தை செலுத்திக் கொள்ள வேண்டும்

தன்னம்பிக்கையை இழந்து விடாதீர்கள் இன்றைய நாள்
உங்களுக்கு கடினமாக இருக்கலாம் நாளை மிகவும்
மோசமாகவும் இருக்கலாம் ஆனால் நாளைய மறுதினம்
நிச்சயமாக பிரகாசமானதாக இருக்கும் என்று
தன்னம்பிக்கை கொள்

உன்னுடைய வாழ்க்கை பாதை சிறப்பாக அமையும்
மகாத்மா காந்தி அவர்கள் சொல்வாராம் எப்போதும்
புத்திசாலிகள் சண்டையிட்டு கொள்வதில்லை என்று
அதனால் தான் அவர் சண்டைகள் இல்லாமல் சாதித்துக்
காட்டினார்

அவமானங்களை வெகுமானங்களாக மாற்றிக்
காட்டியவர்

உன் வாழ்க்கையில் அவமானங்களை வேகமாக மாற்றி
சரித்திரம் படைத்து விடு
-சாரா

🍂வீறு கொண்டு எழு மனமே🍂

விரல்களில்
விண்ணைத்
தாங்கு...
விடியலை எதிர் நோக்கித் தூங்கு...

விளையாட்டையும் உத்வேகத்துடன் எதிர்கொள்...
வீண் ஆசைகளை வந்த வழியே அனுப்பி விடு...

விளைவதை மட்டுமே விதைத்துப் பழகு...
விதைப்பது எல்லாம் விழையும் என்று எண்ணாதே...

விளக்கைப் போன்று சுடர் விட்டு எரி...
விதியை மதியால் தொடவிடாமல் அழி...

விண்ணை ஆளும் தகுதியை படை...
விழுந்தாலும் துவளாமல் எழுவதே துணை...

விண்ணையும் மண்ணையும் தெய்வமாய் தொழு...
விடியலைத் தேடாமல் அதிகாலை எழு...

வினோத சக்திகள் கொண்டவன் நீ...
விடாமல் ஓடு, உலகம் உன் கையில்.

-சு.ராஜா,

முதுகலை இரண்டாம்

ஆண்டு தமிழிலக்கியம்,

திண்டுக்கல்.

அச்சம் தவிர்

<u>துவண்டு விடாதே</u>

அச்சம் எனக்கு எதிரியாக இருந்தது அதனை நான்
பலமுறை எதிர் கொண்டு தோல்வி அடைந்தேன்

அதனிடம் நான் உன்னை ஜெயித்து காட்டுவேன் என்று
போராடினேன்

அதனால் அந்த மரணம் கூட அச்சம் கொண்டு என்
இடத்தில் வர தயக்கம் கொண்டது

வீர மங்கையே அச்சத்தை கண்டு துவண்டு போய்
விடாதே

வீரம் கொண்டு சாதனை மங்கையாக பறந்திடு..

-ச. மனோ சுந்தரி

<u>தடை தடை எதற்கு அது</u>

அந்த தடைகளை நீ தகர்த்து எறியடா

அரசியல் மருத்துவம் ஆயிரம் இருக்கட்டுமே

உன்னுடையதை தேடு உனக்கானதை தேடு...

பேணாவின் முனையைக் கொண்டு புது உலகம் நீ எழுது

நீ வைக்கும் முற்றுப்புள்ளியில் தொடங்கும் உலகு...

வாய்ப்பு ஒரு ஆறு அதை நீ தேடு எதிர்நீச்சல் போட்டால்
வெற்றியின் வீடு...

நம்பிக்கை இழந்தால் நீயும் பிணம் தான் உயிரோடு
இருந்தும் ஆவாய் சவமாய்...

திறமைகள் நூறு உன் உள்ளே தேடு
இந்த உலகம் ஒரு நாள் உன் புகழ் பாடும்

சிந்தித்து சிந்தும் வியர்வை துளிக்கு அர்த்தங்கள் பல
நூறு...

பலமுறைகள் விழுந்து விழுந்து எழுபவனே
படைக்கிறானடா வரலாறு...

--

ஆரூர்.சிவ.மணிவேல்

அச்சம் தவிர்

<u>மனம் எனும் பேராற்றல்</u>

அன்றைய கனவுகளோடு
இன்றும் தளராது நடைபோடும் மனம் என்றாவது
அடைவேன் நான் உறக்கம் தொலைத்து தூரிகை பிடித்து
கண்ட கனவுகளுக்கான காட்சிகளையெல்லாம்

சில நேரங்களில் சருகாகும் உள்ளத்தில் எழும் பல
கேள்விகள் பதில் சொல்ல மனிதன் மறுக்கிறான்
ஆனால்
நேற்று போட்ட கோலத்தின் மிச்சம் இன்று சொல்கிறது
அதன் அழகை நிலையான மனதின் உறவை

முழுநீள இரவின் கடைசி துளியில் இருந்து தானே
பிறக்கிறது மறு நாளுக்கான விடியல்

விழுகின்ற நொடிகள் எல்லாம் புது வழிகள் பிறக்கிறது
மனம் எனும் பேராற்றல் தன்னை உணர்கிறது

மனமே ஒன்றை மறவாதே சாதிக்கத் துடிக்கும் எவரும்
சட்டைப்பையில் தூக்கிக்கொண்டு திரிவதில்லை
விமர்சனங்களை

விழுந்து விழுந்து பின் எழுவோமே அதிலென்ன தவறு

முடியாது என்று சொல்லி உன்னை முட்டித்
தள்ளுபவர்களிடம் மௌனத்தை விடையாய் கொடு
ஒரு நாள் உன் வெற்றிகள் அவர்களின் கன்னத்தை
அறையும் பரிசுகளாகும்

அச்சம் தவிர்

ஓட மறந்து கிடக்கும் நீரெல்லாம் குட்டையாய் தேங்கி
குமுறி அழுகிறது
நில்லாத பாயும் நதி நீர் தான் சமுத்திரமாய்
பிறப்பெடுக்கிறது

உனக்குள் பாயும் ஆற்றலை சிறு விதை என நகைக்காதே
என்றோ விழுந்த விதைதான் இன்று விருட்சமாகி
கம்பீரமாய் நிற்கிறது

மனம் அடங்க பேராற்றல் கொண்டது இருந்தும் கொஞ்சம்
மர்மமானது அதை கண்ணாடி ஜாடிக்குள் அடைத்து
வைக்காது சிறகுகள் கொடுத்து பறக்கவிடு

அண்ட வெளியையும் ஆட்சி செய்யட்டும்
மர்மங்களெல்லாம் மறையாது புத்துணர்ச்சி ஊட்டட்டும்!

என்றும் கவிதைகளின்

துணையுடன்,

மோ.திவ்யாராஜ்குமார்

(கவிதை பிரியை)

அச்சம் தவிர்